காங்கை நதி

வி.எஸ்.ரோமா

ISBN 978-1-63997-330-9

பொருளடக்கம்

முன்னுரை

உலகின் மூன்றாவது பெரிய நதியானகங்கை நதி, வங்காள விரிகுடாவில் சேரும் முன், வட இந்திய மாநிலங்களில் தனது கிளை நதிகளை சந்திக்கிறது..கங்கை நதிவண்டல் மண்ணை அதிக அளவில் எடுத்துச் செல்லும் நதிகளில் ஒன்றாகும்.

கங்கை நதியின் பயண வழியில் மிகுந்த சிறப்பு வாய்ந்த தலமாக காசி (வாரணாசி) விளங்குகிறது.

கங்கையில் நீராடியவர்களின் ஏழு தலைமுறைகளை பாவம் அணுகாது. எனவேதான் பகீரதன் என்ற மன்னன், தவம் செய்து ஆகாய கங்கையை, தன் மூதாதையர் பாவம் நீங்க பூலோகத்திற்கு கொண்டு வந்தான்.

புனிதமான கங்கை நதி

மிகவும் புனிதமானது, பரிசுத்தமானது என்ற பெயர் கங்-கைக்கு உண்டு. புனித நீர் என்றாலே நம் நினைவுக்கு வரு-வது கங்கைதான்.

மிகவும் புனிதமானது, பரிசுத்தமானது என்ற பெயர் கங்-கைக்கு உண்டு. புனித நீர் என்றாலே நம் நினைவுக்கு வருவது கங்கைதான். அசுத்தமான இடத்தில் கங்கையை தெளித்தால் அந்த இடம் புனிதமாகும் என்பது நம்பிக்கை.

கங்கை, இமயமலையில் சுமார் 22,000 அடி உயரத்தில் உற்பத்தியாகிறது. 10,300 அடி உயரத்தில் பாகீரதி நதியாக வெளிப்பட்டு, தேவப்பிரயாகை என்ற இடத்தில் அலகநந்தா என்ற நதியுடன் இணைந்து கங்கையாக பாய்கிறது.

கங்கை உற்பத்தியாகும் இடத்திலிருந்து சுமார் 16 கிலோமீட்டர் தூரத்தில் கங்கை நதிக்கரையில் ஒரு கோவில் உள்ளது. அதன் பெயர் கங்கோத்ரி. கங்கைக்கு எழுப்பப்-பட்ட முதல் கோவில் இது.

அலகாபாத்தில்உள்ள திரிவேணி சங்கமம் எனுமிடத்தில்கங்கை,யமுனை ஆறுகளுடன் கட்புலனா-காதசரசுவதி ஆறும்வந்து கலப்பதாக நம்பப்படுகிறது.

12 ஆண்டுகளுக்கு ஒரு முறை இந்த இடத்தில்கும்ப-மேளா நிகழ்த்தப்படுகிறது. மகாத்மா காந்தி உட்படப் பல இந்-தியத் தலைவர்களின் அஸ்தி இங்கு கரைக்கப்பட்டுள்ளது.

• vi •

1

உலகின் மூன்றாவது பெரிய நதியானகங்கை நதி, வங்காள விரி-குடாவில் சேரும் முன், வட இந்திய மாநிலங்களில் தனது கிளை நதிகளை சந்திக்கிறது..கங்கை நதிவண்டல் மண்ணை அதிக அளவில் எடுத்துச் செல்லும் நதிகளில் ஒன்றாகும்

.

அலகாபாத்தில்உள்ள திரிவேணி சங்கமம் எனுமிடத்தில்கங்கை,யமுனை ஆறுகளுடன் கட்புலனாகாதசரசுவதி ஆறும்வந்து கலப்பதாக நம்பப்படுகிறது.

12 ஆண்டுகளுக்கு ஒரு முறை இந்த இடத்தில்கும்பமேளாநிகழ்த்-தப்படுகிறது. மகாத்மா காந்தி உட்படப் பல இந்தியத் தலைவர்களின் அஸ்தி இங்கு கரைக்கப்பட்டுள்ளது.

பாவம் போக்கும் கங்கையின் வேறு பெயர்கள்!

கங்கையில் நீராடுவது, கங்கைக் கரையில் வசிப்பது, கங்கா என்று உச்சரிப்பது, கங்கையின் நீரைப் பருகுவது, கங்கையை நினைப்-பது...இவை யாவும் பாவம் போக்கும் செயல்களாகும். இமயமலையில், கோமுக் பனிச் சிகரத்தில் உற்பத்தியாகி, மேற்குவங்காளத்தில் உள்ள கங்காசாகரில் (வங்கக் கடலில்) சங்கமிக்கிறாள் கங்காதேவி இவள், தான் பாய்ந்து வரும் வழிநெடுகிலும் உள்ள பல்வேறு தலங்களில், பல்-வேறு பெயர்களில் சிறப்புடன் திகழ்கிறாள்.

அமர்_கங்கா: கடல் மட்டத்தில் இருந்து சுமார் 12,000 அடி உயரத்தில் உள்ளது அமர்நாத் குகை. இதன் அருகே ஓடும் அமர் கங்கா நதி நீர் எப்போதும் குளிர்ச்சியாகவே இருக்கும்..

நீல கங்கா: ஒரு முறை, பார்வதிதேவியுடன் விளையாடியபோது, அவளின் கண் மை, சிவனாரின் முகத்தில் ஒட்டிக் கொண்டது. பரமனார் கங்கையில் முகம்கழுவ... நதி நீர், நிறம் மாறியது.

இதனால், நீல கங்காளனப் பெயர் பெற்றது.

காளி_கங்கா: அமைதியின்றி ஆர்ப்பரித்து ஓடும் இந்த நதியின் சீற்றம், காண்போரை பயம் கொள்ள வைக்கும்.

ராம் கங்கா: இது, உத்தரப் பிரதேசத்தில்- காசிப்பூர் என்ற இடம் தாண்-டிப் பாய்கிறது.

ஜட கங்கா: உத்தரப் பிரதேசம், குமாயூன் மண்டலின் பித்தோ ராகர் என்ற ஜில்லாவில் பாய்கிறது.

கோரி கங்கா: வெண்மையான நீர் கொண்டு வருவ தால் கோரி (வெள்ளை) கங்கா என்று பெயர் தார்சூலா/முன்ஸியாரி கிராமத்தைய-டுத்து பாய்கிறது

.

கரு கங்கா: உத்தரப் பிரதேசம், அல்மோரா- பைஜ்நாத் சோத்திரம் அருகே பாயும் கங்கைக்கு, கருட கங்கா என்று பெயர்

.

பாண கங்கா: ஜம்முவைத் தாண்டி, ஸ்ரீவைஷ்ணவி கோயில் அருகே பாய்கிறது

பால கங்கா: இந்த நதி நீரில், ஸ்ரீவைஷ்ணவிதேவி தன் கூந்தலை அலசிய தால், பால கங்கா என்றுபெயர்

ஆகாச கங்கா: கயிலாய மலையை பரிக்ரமா (கிரிவலம்) செய்யும்போது, அங்கு காணப்படும் நதியே ஆகாச கங்கை

பாதாள கங்கா: *ஆந்திரப் பிரதேசம், ஸ்ரீசைலம் என்ற சிவ சோத்திரத்-

தின் அருகே பாய்கிறது.

தேவ கங்கா: இது, மைசூர்- சாமுண்டி மலைக்குக் கிழக்கே பாய்கிறது..

துக்த கங்கா: வடமொழியில் துக்தம் என்றால், பால் என்று பொருள். கேதார்நாத் என்ற ஜோதிர்லிங்க சோத்திரத்தின் அருகே பாய்கிறது..

வாமன் கங்கா: வாமன் என்றால், குள்ளம் என்று அர்த்தம் மத்தியப் பிரதேசம் ஜபல்பூரில், பேடாகாட் என்ற சலவைக்கல் பாறைகள் உள்ள இடத்தில் பாய்கிறது.

கபில் கங்கா: நர்மதை பரிக்ரமா (வலம் வரும்) செய் யும் வழியில் வரு- வது, தம் கட் என்ற ஊர். இங்கிருந்து சுமார் 3 மைல் தூரத்தில் ஓடுகி- றது கபில் கங்கை.

கரா கங்கா: சோணபத்திரை நதியின் உற்பத்தி ஸ்தானத்துக்குத் தெற்கில் அமைந்துள்ள இடம் பிருகு கமண்டலம். இங்கு பாய்வதே கரா கங்கா..

மோக்ஷ கங்கா: நர்மதை நதியை வலம் வரும்போது சூலபாணேஸ்வரர் எனும் சோத்திரம் வரும். இங்கிருந்து மூன்று மைல் தொலைவில் உள்- ளது மோக்கடி என்ற கிராமம். இதையட்டி, மோக்ஷ கங்கா ஓடுகிறது..

புனிதமான கங்கை நதி

மிகவும் புனிதமானது, பரிசுத்தமானது என்ற பெயர் கங்கைக்கு உண்டு. புனித நீர் என்றாலே நம் நினைவுக்கு வருவது கங்கைதான்.

மிகவும் புனிதமானது, பரிசுத்தமானது என்ற பெயர் கங்கைக்கு உண்டு. புனித நீர் என்றாலே நம் நினைவுக்கு வருவது கங்கைதான். அசுத்தமான இடத்தில் கங்கையை தெளித்தால் அந்த இடம் புனிதமா- கும் என்பது நம்பிக்கை.

கங்கை, இமயமலையில் சுமார் 22,000 அடி உயரத்தில் உற்பத்- தியாகிறது. 10,300 அடி உயரத்தில் பாகீரதி நதியாக வெளிப்பட்டு, தேவப்பிரயாகை என்ற இடத்தில் அலகநந்தா என்ற நதியுடன் இணைந்து கங்கையாக பாய்கிறது.

கங்கை உற்பத்தியாகும் இடத்திலிருந்து சுமார் 16 கிலோமீட்டர் தூரத்தில் கங்கை நதிக்கரையில் ஒரு கோவில் உள்ளது. அதன் பெயர் கங்கோத்ரி. கங்கைக்கு எழுப்பப்பட்ட முதல் கோவில் இது.

கங்கோத்ரியில் இருந்து சுமார் 250 கிலோமீட்டர் பயணித்து, ஹரித்-வாரை அடைகிறது கங்கை. அங்கிருந்து ஏழு கிளைகளாகப் பிரிந்து தன் பயணத்தை தொடர்கிறது.

கங்கை நதியின் பயண வழியில் மிகுந்த சிறப்பு வாய்ந்த தலமாக காசி (வாரணாசி) விளங்குகிறது.

கங்கையில் நீராடியவர்களின் ஏழு தலைமுறைகளை பாவம் அணு-காது. எனவேதான் பகீரதன் என்ற மன்னன், தவம் செய்து ஆகாய கங்-கையை, தன் மூதாதையர் பாவம் நீங்க பூலோகத்திற்கு கொண்டு வந்-தான்.

கங்கா தேவி சிவபெருமானுடைய மனைவி என்பதால் தலையில் பிறைசூடி, நெற்றிகண்ணுடன் காட்சியளிக்கிறார். வெண்ணிற ஆடையு-டுத்தி வெண் தாமரையில் வீற்றிருக்கும் தேவி, நான்கு கரங்களையும், அதில் முன்னிரு கைகளில் அபயவரத ஹஸ்த முத்திரைகளையும், பின்-னிரு கைகளில் தாமரையும், பொற்குடமேந்தியிருக்கிறார். இவருடைய வாகனமாக முதலையுள்ளது.

சிவபெருமானின் வரம்

ஆதி சக்தி தாட்சாயிணியாக அவதாரம் எடுத்துத் தட்சனின்யாகத்தில் விழுந்து மாய்ந்தார். அவருடைய பூத உடலை எடுத்துத் திரிந்த சிவ-பெருமானை நிலைகொள்ளச் செய்யத் திருமால் அவ்வுடலைச் சக்-ராயுதத்தினால் சிதைத்தார். அவ்வாறு சிதைக்கப்பட்ட தாட்சாயிணியின் உடல் பாகங்களில் ஒன்று பர்வதராஜனின் எல்லையில் இருந்தது. அதை அரக்கர்களிடமிருந்து காக்க, பர்வதராஜன் போராடும் பொழுது, அவரின் மகளான கங்கையும் துணைபுரிந்தார். இதனால் சிவபெருமான் கங்-கைக்கு நதியாக மாறும் பொழுது புண்ணியமிகுந்த நதியாக இருப்பாய் என்று வரமளித்தார். கங்கைக்குச் சிவபெருமான் மீது காதல் வந்தது. அதைச் சிவபெருமானிடம் கூறிய பொழுது தாட்சாயிணியைப் பிரிந்த சோகத்தில் இருப்பதால் மறுத்துவிட்டார்.

தேவலோக நதி

சிவபெருமானின் வரத்தினால் புண்ணியமான நதியாக இருந்த கங்-கையை அரக்கர்களால் களங்கப்பட்ட தேவலோகத்தின் பாவங்களை நீக்-

கப் பிரம்மாவும், இந்திரனும்தேவலோகத்திற்கு அழைத்துச் சென்றனர். தேவலோகம் புண்ணியமடைந்தது. இருப்பினும் சிவபெருமானின் மீது கொண்ட காதலால் கங்கை வருத்தத்துடன் இருந்தார்.

பகீரதத் தவம்

வானிலிருந்து இறங்கி வரும் கங்கை -மாமல்லபுரச்சிற்பம்

சூரிய குலத்துத் தோன்றலாகிய திலீபன் என்பவனின் மகன் பகீரதன். தன் மூதாதையர்கள் சாபத்தால் இறந்த செய்தியை வசிட்டர்வாயிலாகக் கேள்விப்பட்டு, அவர்கள் நற்கதி அடையப் பிரம்மனைநோக்கி 10,000 ஆண்டுகள் தவம் புரிந்தான். பிரம்மனோ நீ கங்கையையும் சிவனையும் நோக்கித் தவம் செய்து கங்கையைக் கொண்டு அவர்களின் சாம்பலை நனைத்தால் அவர்களுக்கு நற்கதி கிடைக்கும் என்று கூற அவ்வாறே செய்தான். கங்கை சிவன் முன் தோன்றி, நான் வருவதற்குத் தடை-யொன்றும் இல்லை, என் வேகத்தைத் தாங்கிக் கொள்வார் உண்டாயின் என்றாள். பிரம்மன் கட்டளைப்படி சிவனாரை நோக்கித் தவம் புரிந்தான். சிவனாரும் கங்கையின் வேகத்தைத் தாங்கிக் கொள்வதாகக் கூறினார்.

சடாமுடிப்பிரியை

தேவலோகத்திலிருந்து மிகுந்த வேகத்துடன் சிவபெருமானையும் அழைத்துக் கொண்டு பாதாள லோகம் செல்ல கங்கை **தீர்மானித்தாள்**. அதனை உணர்ந்த சிவபெருமான் கங்கை சடாமுடியில் பிடித்தார். கங்கையின் ஆணவம் தீரும் வரை பூலோகத்தில் அவளை விட இயலாது என்று கூறினார். கங்கை சிவபெருமானின் சடாமுடியில் மோகம் கொண்டு அங்கேயே சுற்றி வந்தாள். அதனால் கவலையுற்ற பகிரதன் மீண்டும் கடுந்தவம் இயற்றி சிவபெருமானின் மணம் குளிரும்-படி செய்தான்.[2]சிவபெருமானும் கங்கையை பிந்துசரஸ் மலையில் பாய செய்தார். கங்கையை பகிரதன் முன்னோர்களை நற்கதி அடையும்படி செய்தாள்.

சிவகங்கா பரம்பரை

சிவபெருமான் கங்கா தேவியின் பரம்பரைப் பற்றி சிவருத்திர புரா-ணத்தில்குறிப்பிடப்பட்டுள்ளது.

சிவபெருமான் கங்கா தேவிக்கு வீரபத்திரர்என்ற மகன் பிறந்தார். வீரபத்திரனுக்கு கங்கை வீரன், கங்கை வீரேஸ்வரர் என்ற பெயரு-முண்டு.[6]அவருக்குத் திருமண வயது வந்ததும் சிவபெருமான் இந்-திரனை அழைத்துப் பெண் பார்க்கும்படி கூறினார். அவர் ஈழநாட்டு

மன்னன் இராமராசர் மகளான இளவரசி கயல்மணி தேவியைவீரபத்தி-
ரனுக்கு ஏற்ற மணமகள் என்பதை அறிந்தார். இராமராசர் சம்மதத்துடன்
வீரபத்திரன் - கயல்மணி திருமணம் நடந்தது. அவர்களுக்குச் சிவருத்-
திரன்என்ற ஆண்குழந்தையும் பிறந்தது..

சிவருத்திரனுக்கு ஒரு வயதானபொழுது வீரபத்திரன் துறவு வாழ்க்-
கையை மேற்கொண்டார். கயல்மணி தேவி சிவருத்திரனுடன் பூக்கட்டும்
வியாபாரத்தினைக் கோயிலில் செய்து வந்தார். சிவருத்திரன் பெரிய-
வனாகியதும் சிவபெருமானின் வில்லும் வாளும் பெற்று நள்ளி மாநக-
ருக்குள் திக்விஜயம் செய்தார். அங்கு உக்கிர குமரன் என்ற இளவ-
ரசனுடன் சிவருத்திரனுக்கு நட்பு ஏற்பட்டது. இருவரும் காட்டிற்கு
வேட்டையாடச் சென்ற பொழுது, பண்டிதர் மகள் கண்டிகா தேவி,
வணிகர் மகள் உமையாள் மற்றும் இளவரசி தத்தை ஆகியோரை
கவர்ந்து சென்றவனிடமிருந்து சிவருத்திரன் மீட்டார்.

அவர்கள் மூவரும் சிவருத்திரன் மேல் காதல் கொண்டு திருமணம்
செய்துகொண்டனர். முதல் மனைவியான கண்டிகைதேவிக்குத் தருமக்-
கூத்தன், காந்திமதி என்ற இரு குழந்தைகளும், இரண்டாவது மனைவி-
யான உமையம்மைக்கு தருமன், மந்திரை என்ற இரு குழந்தைகளும்,
மூன்றாவது மனைவியான தத்தைக்கு கலுழன், சுதை என்ற இரு குழந்-
தைகளும் பிறந்தன..

மகாபாரதத்தில் கங்கை

எட்டாவது குழந்தையாகியவீடுமரைகங்கை நீரில் அமிழ்த்துவதைசந்-
தனுதடுத்தல்.

இந்து   சமயத்தின்இதிகாசமானமகாபாரதத்தில்கங்கை,   வரு-
ணனின்மனைவியாகவும், பீஷ்மரின்அன்னையாகவும் சித்தரிக்கப்படுகி-
றார். தேவலோகநதியான கங்கையும், தேவர்களும்சத்திய லோகத்தில்
பிரம்மனைத்தரிசிக்கச் சென்றனர். அப்பொழுது வருண தேவன் தன்னு-
டைய சக்தியினால் மெல்லிய காற்றினை வீசச் செய்தான், அக்காற்றில்
கங்கையின் மேலாடை விலகியது. அதைக் கண்டு திகைத்த தேவர்-
கள் அதைக் காணாமல் கீழ் நோக்கினர். வருணன் இச்செயலினைக்
கண்டு பிரம்மா கோபமடைந்தார். அதனால் வருணனைப் பூலோகத்-
தில்மனிதனாகப் பிறக்கும்படிச் சாபமிட்டார். அத்துடன் மேலாடையைச்
சரி செய்யாத கங்கையையும் பூலோகத்தில் பெண்ணாகப் பிறக்கவும்,
மனிதனாகப் பிறக்கும் வருணனைத் திருமணம் செய்து கணவனுக்குப்

பிடிக்காத செயல்களைச் செய்வாயெனவும் சாபமிட்டார்.

இதனால் வருந்திய கங்கை சாபவிமோசனம்கேட்டார். அதனால் மனமிறங்கிய பிரம்மா கணவனுக்கு பிடிக்காத செயல்களைச் செய்து வருபவளை எப்பொழுது மோகம் நீங்கிய மனிதன் அச்செயல்களுக்காக காரணம் கேட்கின்றானோ அப்பொழுது கங்கைக்கு சாபவிமோசனம் கிடைக்கும் என்று கூறினார். பிரம்மாவின் சாபத்தின்படியே வருணன் சாந்தனுமகாராஜாவாக பிறந்தார்.[7] கங்கை கண்ட சந்தனு அவளின் மீது காதல் கொண்டார், அவளை திருணம் செய்து கொள்ள விரும்பினார். அதற்குக் கங்கை தன்னுடைய செயல்களை ஏன் என்று கேள்வி கேட்க்- கக் கூடாதன்ற ஒரு நிபந்தனையுடன் திருமணத்திற்குச் சம்மதம் தெரி- வித்தாள். கங்கை மீதிருந்த காதலால் அந்நிபந்தனையைச் சந்தனுவடி- விலிருந்த வருணன் ஏற்றார்.

இருவருக்கும் திருமணம் நடந்து ஒரு குழந்தையும் பிறந்தது, கங்கை அக்குழந்தையை எடுத்துச் சென்று ஆற்றில் மூழ்கச் செய்தாள். சந்தனு கங்கையுடைய நிபந்தனையின் காரணமாக எதையும் கேட்காமல் இருந்- தார். ஆனால் அடுத்தடுத்துப் பிறந்த ஆறு குழந்தைகளையும் கங்கை ஆற்றில் மூழ்கடித்தாள். ஏழாவது குழந்தை பிறந்தது அக்குழந்தையையும் ஆற்றில் மூழ்கடிக்கச் சென்ற பொழுது, அக்கொடுமை தாங்காமல் சந்- தனு ஏன் அவ்வாறு செய்கிறார் என்று கேட்டார். கங்கையின் சாபம் விலகியது. அவள் பிரம்மதேவனின் சாபத்தினையும், அதன்பிறகு நிகழ்ந்- தனவற்றையும் விளக்கினார்..

கங்கா தசரா

தேவலோக நதியான கங்கா தேவி பகீரதனின் தவத்தினால் பூலோ- கத்திற்கு வந்தது வைகாசிமாதத்தின் வளர்பிறை பத்தாம் நாளாகும். இந்- நாளை, 'கங்கா தசரா'என்ற பெயரில் விழாவாகக் கொண்டாடுகிறார்- கள்.[8] இந்நாளைப் பாஹர தசமி என்றும் அழைக்கிறனர்.

பாவம் போக்கும் நதி

சிவபெருமான் கங்கைக்கு புனிதமான மதிப்பினைத் தந்தார். அவ்வ- ரத்தினால் கங்கை நதியில் குளிப்பவர்களுக்குப் பாவங்கள் தொலைந்தன. இதனால் பூலோக மனிதர்கள் அனைவரும், அனைத்துப் பாவங்களிலி- ருந்தும் விடுபட்டுச் சொர்க்கத்தினை அடைவார்களே என்ற வருத்தம் கொண்டார் நாரத முனிவர். தன்னுடைய எண்ணத்தினைக் கைலையில் பார்வதி தேவியிடம் கூறினார். பார்வதி தேவிக்கும் அதே சந்தேகம் ஏற்-

பட்டது.

அதனையறிந்த சிவபெருமான் ஒரு உபாயம் கூறினார். அதன்படி கங்கை நதிக்கரையில் சிவபெருமானும் பார்வதியும் மானுட ரூபம் கொண்டு சென்றனர். வயதானவரான சிவபெருமானும், பாமரப் பெண்ணாக பார்வதியும் மாற்றுருவில் நதியில் குளிக்கும் பொழுது வெள்ளம் வந்தது. நீச்சல் தெரிந்த அந்தப் பெண் கரையை அடைந்தாள், தன்னு-டைய கணவன் நீரில் மாட்டிக் கொண்டதை கண்டு அருகிலுள்ளோரைக் காக்கும்படி வேண்டினாள். சிலர் வயதானவரைக் காப்பாற்றச் சென்றனர். ஆனால் அவர்களைத் தடுத்த அப்பெண், அவர்களில் பாவம் செய்யா-தவர் மட்டுமே தன்னுடைய கணவனைக் காப்பாற்ற வேண்டும் என்றாள். அனைவரும் சிலையாக நின்றனர். ஓர் இளைஞன் மட்டும் கங்கை நீரில் மூழ்கித் தன்னுடைய பாவங்களைத் தீர்த்து, அவள் கணவனைக் காப்-பாற்றினான். கங்கையில் மூழ்கி அனைவரது பாவங்களையும் தீர்க்கலாம் எனும் பொழுதும், அதனை முழுமையாக நம்பிய அந்த இளைஞனை போலுள்ளவர்கள் மட்டுமே கங்கையில் பாவங்களைத் தீர்க்க இயலும் என்பது நம்பிக்கையாகும்.

மனிதனின் எலும்புகளை கரைக்கும் சக்தி பெற்ற தெய்வீக நதி பற்றி தெரியுமா ?

ஆதிமனிதனாக இருந்த காலத்திலேயே உலகின் பல பகுதிகளிலும் நதிகளின் ஓரத்திலேயே தனது இருப்பிடத்தை அமைத்துக்கொண்டான். இன்று உலகின் பல நாடுகளிலிருந்த மிகப் பழமையான நாகரீகங்கள் அனைத்துமே நதிக்கரையோரம் தோன்றியதாகும். அப்படி உலகில் பல நதிகளிருந்தாலும் நமது நாட்டின் வட பகுதியில் ஓடும் "கங்கை நதிக்கு" இருக்கும் ஆன்மிகப் பெருமை போல் உலகின் எந்த ஒரு நதிக்கும் இல்லை. அந்த இறைத்தன்மை கொண்ட கங்கை நதி பற்றிய சில விஷயங்களை இங்கு தெரிந்து கொள்வோம்.

பாரதத்தின் பெரும்பான்மையான மக்கள் வழிபடும் ஒரு புனிதமான தெய்வீகத்தன்மை கொண்ட நதி தான் கங்கை நதி. இந்த நதி இமய மலைத்தொடரில் தொடங்கி பல நூறு கிலோமீட்டர்கள் கடந்து இறுதி-யில் வங்கக்கடலில் கலக்கிறது. இமய மலையில் "கோமுக்" என்ற மலை இந்த கங்கை நதியின் தோற்றுவாய் என்று கூறினாலும், இந்த கங்கை நதியின் உண்மையான தோற்றுவாய் விண்ணில் இருப்பதாக சித்தர்க-

ளும், ஞானிகளும் கூறுகின்றனர்.

புராணங்களில் கூட "பாகிரதன்" எனும் அரசன், தனது முன்னோர்-கள் நற்கதியடைய சிவபெருமானை குறித்து தவமிருந்து சொர்கத்தி-லிருந்த இந்த நதியை பூமிக்கு கொண்டுவந்ததாக நாம் அறிகிறோம். அதன் காரணமாகவே இந்த கங்கை நதியின் நீர் நாட்டின் மற்ற நதிக-ளின் நீரிலிருந்து வேறுபடுகிறது. ஏனெனில் மற்ற நதிகளின் நீரை ஒரு செம்புக்குடுவையில் அடைத்து வைத்தோமென்றால் சில காலத்திலேயே அந்த நீர் பாசி பிடித்து அசுத்தமாக மாறிவிடும். ஆனால் இந்த கங்கை நதியின் நீரை எத்தனையாண்டுகள் ஒரு செம்பு குடுவையில் அடைத்து வைத்தாலும் அந்த நீர் கெடுவதில்லை.

மேலும் இந்த கங்கை நதியின் நீருக்கு உயிரினங்களின் எலும்பு-களைக் கரைத்து விடக்கூடிய சக்தியிருப்பதாக கூறுகிறார்கள். இதன் காரணமாகவே காசி நகரத்தில் இந்த கங்கை நதிக்கரையோரம் இறந்-தவர்களின் ஈமைக்கிரியைகள் செய்யப்பட்டு அந்த எறிந்த உடல்களின் சாம்பல்களும், எலும்புகளும் இந்த நதியில் கரைக்கப்படுகின்றன.

இந்த கங்கை நதி மனிதர்கள் என்றென்றும் போற்றும் சில மகத்-தானவர்களின் வாழ்வில் திருப்புமுனையாக இருந்திருக்கிறது. மஹாபா-ரதத்தின் "பீஷ்மர்" இந்த கங்கை நதியின் மைந்தனாக கருதப்படுகி-றார். காசியில் இறந்தவர்களின் காதில் "சிவ பெருமான்" மந்திரம் ஓதி, அவர்களை சிவ பெருமான் விண்ணுலகிற்கு அனுப்பும் தெய்வீக காட்-சியை இந்த காசி நகர கங்கை நதியோரத்தில் "ஸ்ரீ ராமகிருஷ்ண பரம-ஹம்சர்" கண்டார்.

தனது இளம் வயதில் நாத்திக சிந்தனைகளைக் கொண்டிருந்த "மஹாகவி பாரதி" இந்த கங்கை நதியில் ஒரு முறை குளித்து வெளியே வந்த பிறகு அவர் முற்றிலும் தெய்வீகமான ஒரு மனிதர் ஆவதற்குரிய தொடக்கம் ஏற்பட்டது. இத்தனை மகத்தான இந்த நதி அது பாய்ந்-தோடும் சில நகரங்களில் மனிதர்கள் சிலரின் சுயநலத்தால் மாசடைந்தி-ருக்கிறது. அதை அரசும், மக்களும் இணைந்து நீக்கும்பட்சத்தில் அந்த கங்கா தேவியின் அருள் நமக்கு கிட்டும்.

கங்கை நதி

உலகின் மூன்றாவது பெரிய நதியானகங்கை நதி, வங்காள விரி-குடாவில் சேரும் முன், வட இந்திய மாநிலங்களில் தனது கிளை

நதிகளை சந்திக்கிறது..கங்கை நதிவண்டல் மண்ணை அதிக அளவில் எடுத்துச் செல்லும் நதிகளில் ஒன்றாகும்.

கங்கை நதியின் பயண வழியில் மிகுந்த சிறப்பு வாய்ந்த தலமாக காசி (வாரணாசி) விளங்குகிறது.

கங்கையில் நீராடியவர்களின் ஏழு தலைமுறைகளை பாவம் அணு-காது. எனவேதான் பகீரதன் என்ற மன்னன், தவம் செய்து ஆகாய கங்-கையை, தன் மூதாதையர் பாவம் நீங்க பூலோகத்திற்கு கொண்டு வந்-தான்.

புனிதமான கங்கை நதி

மிகவும் புனிதமானது, பரிசுத்தமானது என்ற பெயர் கங்கைக்கு உண்டு. புனித நீர் என்றாலே நம் நினைவுக்கு வருவது கங்கைதான்.

மிகவும் புனிதமானது, பரிசுத்தமானது என்ற பெயர் கங்கைக்கு உண்டு. புனித நீர் என்றாலே நம் நினைவுக்கு வருவது கங்கைதான். அசுத்தமான இடத்தில் கங்கையை தெளித்தால் அந்த இடம் புனிதமா-கும் என்பது நம்பிக்கை.

கங்கை, இமயமலையில் சுமார் 22,000 அடி உயரத்தில் உற்பத்-தியாகிறது. 10,300 அடி உயரத்தில் பாகீரதி நதியாக வெளிப்பட்டு, தேவப்பிரயாகை என்ற இடத்தில் அலகநந்தா என்ற நதியுடன் இணைந்து கங்கையாக பாய்கிறது.

கங்கை உற்பத்தியாகும் இடத்திலிருந்து சுமார் 16 கிலோமீட்டர் தூரத்தில் கங்கை நதிக்கரையில் ஒரு கோவில் உள்ளது. அதன் பெயர் கங்கோத்ரி. கங்கைக்கு எழுப்பப்பட்ட முதல் கோவில் இது.

அலகாபாத்தில்உள்ள திரிவேணி சங்கமம்••••••••••

எனுமிடத்தில்கங்கை,யமுனை ஆறுகளுடன்   கட்புலனாகாதசரசுவதி ஆறும்வந்து கலப்பதாக நம்பப்படுகிறது.

12 ஆண்டுகளுக்கு ஒரு முறை இந்த இடத்தில்கும்பமேளாநிகழ்த்-தப்படுகிறது. மகாத்மா காந்தி உட்பட பல இந்தியத் தலைவர்களின் அஸ்தி இங்கு கரைக்கப்பட்டுள்ளது.

நான்

வாசகர்ளால் நான்
வாசகர்களுக்காக நான்

முற்போக்கு எழுத்தாளர் வி.எஸ்.ரோமா – கோயம்புத்தூர்
+91 82480 94200
20 புத்தகங்கள் எழுதியுள்ளேன்
விருதுகள் பல பெற்றுள்ளேன்.
கதை , கவிதை, கட்டுரை, நாவல் பொன்மொழி, நாடகம்
எழுதுவேன்.

என்
எழுத்து
என் மூச்சுள்ள வரை
என் வாசிப்பே
என் சுவாசிப்பு

என்றும்
எழுதிக் கொண்டிருக்க வே
என் ஆசை

நான் திருமணமே செய்து கொள்ளாத பெண்மணி என்பதில்
எனக்கு மகிழ்வே.

என் எழுத்துக்கு முழு ஒத்துழைப்பு கொடுப்பவர்கள் என்
பெற்றோர்களே.

தந்தை
கா சுப்ரமணியன் _ தாசில்தார் - ஓய்வு

தாய்.
சு. கிருஷ்ணவேணி

என் பெற்றோர்களே
என்
எழுத்துக்கும்
எனக்கும் முழு ஒத்துழைப்பு தருகின்றவர்கள் என்பதில்
எனக்கு மகிழ்ச்சியே.

நான் ரோமா ரேடியோ
என்ற பெயரில் எஃப் எம் ஆரம்பித்துள்ளேன்.

என்
எழுத்து
என் ரோமா வானொலி மூலம்
எங்கும் ஒலிக்க
எட்டு திக்கும் ஒலிக்க
என் ஆவல்.

பெண்களை

பெரிதாக நினைத்துப்
பெரும் மகிழ்ச்சியடைந்து
பெருமைப் படுத்த வேண்டும்.

முற்போக்கு எழுத்தாளர்
வி.எஸ். ரோமா
Roma Radio
கோயம்புத்தூர்
+91 82480 94200